गाणारा मुलूख

द. मा. मिरासदार

मेहता पब्लिशिंग हाऊस

- *या पुस्तकातील लेखकाची मते, घटना, वर्णने ही त्या लेखकाची असून त्याच्याशी प्रकाशक सहमत असतीलच असे नाही.*

GANARA MULUKH by D. M. MIRASDAR

गाणारा मुलुख : द. मा. मिरासदार / विनोदी नाटिका

द. मा. मिरासदार
१२६०, अक्षय सहनिवास, तुळशीबागवाले कॉलनी,
सहकारनगर नं.२, पुणे - ४११००९.

प्रकाशक : सुनील अनिल मेहता, मेहता पब्लिशिंग हाऊस,
१९४१, सदाशिव पेठ, माडीवाले कॉलनी, पुणे ४११०३०.

अक्षरजुळणी : अर्चना कुलकर्णी, पुणे

मुखपृष्ठ : शि. द. फडणीस

प्रकाशनकाल : द्वितीयावृत्ती : फेब्रुवारी, १९८७ /
मेहता पब्लिशिंग हाऊस, पुणे यांची
तिसरी आवृत्ती : मार्च, २०११ / मार्च, २०१२ /
पुनर्मुद्रण : एप्रिल, २०१७

P Book ISBN 9788184982213

E Books available on : play.google.com/store/books
m.dailyhunt.in/Ebooks/marathi
www.amazon.in

धाकटी कन्या
चि. सुनेत्रा हीस –

'नाटक' या प्रकाराचे
तिला अगदी लहानपणापासून
आकर्षण आहे!...

या नाटिकेचा प्रयोग करण्यापूर्वी सुनेत्रा मंकणी, एस-४, रविराज सहजीवन सोसायटी, तुळशीबागवाले कॉलनी, सहकारनगर नं.२, पुणे - ४११ ००९. या पत्त्यावर मानधन रुपये १००/- पाठवून पूर्वसंमती घेणे आवश्यक आहे.

(स्थळ : ठणठणपूरच्या चक्रमादित्य महाराजांची राजसभा. सर्व मानकरी मंडळी जमून महाराजांच्या आगमनाची प्रतीक्षा करीत आहेत.)

पहिला : राजसभेची वेळ होऊन दोन तास झाले. अजून कसे महाराज आले नाहीत?

दुसरा : तुला ठाऊक नाही का? ते एका न्हाव्याच्या दुकानाचे उद्घाटन करायला गेले आहेत.

तिसरा : पण इतका वेळ?

दुसरा : म्हणजे काय? पहिली उद्घाटनाची हजामत त्यांची झाली असेल. मग प्रधानजींची दाढी. मग इतका वेळ होणारच.

चवथा : प्रधानजींची दाढी? म्हंजे मग उलटी करावी लागली असेल.

दुसरा : अन् महाराजांची हजामत तरी काय सोपी आहे? परवाच त्यांच्या डोक्याला खवडे झाले होते. त्यातून एक आवाळू आणि दोन टेंगळं. इतका वेळ लागणारच.

प्रतिहारी : (आत येऊन मोठ्याने घोषणा) – चक्रमादित्य महाराजांचा जयजयकार असो. बा अदब, बा मुलाहिजा,... समशेरबहाद्दर, दर्यासारंग, कविहृदय-कंठमणी, प्रौढप्रताप, क्षत्रियकुलावतंस, पुण्यश्लोक, श्रीमंत चक्रमादित्य महाराज येत आहेऽ ऽ ऽ त

हुश्शार... सावधान. अपना अपना खिसा पाकीट सम्हालो... आस्ते कदम महाराज... आस्ते कदम... (महाराज येतात... सर्वजण उठून उभे राहतात... महाराजांचा त्रिवार जयजयकार करतात) चक्रमादित्य महाराजकी...

सर्वजण : ...जय (त्रिवार जयजयकार होतो.)

महाराज : (स्थानापन्न होत) बसा... बसा मंडळी. स्थानापन्न व्हा. (पहिल्या मानकऱ्यास) काय धनाजीराव, बरे आहात का?

पहिला : होय महाराज. आपल्या कृपेनं पोटातील गुरगुर आता थांबली आहे.

महाराज : सोनामुखी भरपूर घेता ना?

दुसरा : भरपूर म्हणजे काय महाराज? काल त्यांनी एक सबंध झाड ओरबाडलं.

महाराज : वा वा! उत्कृष्ट उत्कृष्ट! आता वर्ष सहा महिने तरी तुमच्या पोटात गुरगुर व्हायला नको.

दुसरा : पण महाराज, आज आपली उद्घाटनाची हजामत कशी काय झाली?

महाराज : उत्कृष्ट, उत्कृष्ट!... अहाहा!... मंडळी, त्या कारागिराचं कौशल्य काय वर्णन करावं! उद्घाटन समारंभ, कोलशिला समारंभासारखा उत्कृष्ट झाला. आमच्या डोक्यावरचे सर्व रोमांच त्यानं सफाईने काढून टाकले. कसं फस्क्लास वाटतंय... अहाहा!...

तिसरा : आता नळाखाली बसा महाराज आणि बदाबदाबदा पाणी डोक्यावर पडू द्या. म्हणजे आणखी फसक्लास वाटेल.

महाराज : ठीक आहे. प्रधानजी, आमच्या डोक्यावर बदाबदा पाणी पडण्याची व्यवस्था करा– (पाहून) अरे, पण प्रधानजी कुठं आहेत?

प्रतिहारी : त्यांची दाढी अजून होते आहे महाराज. येतीलच ते इतक्यात– (पाहून) अरे, हे पाहा हे आलेच.

प्रधानजी	:	(प्रवेश करून) महाराजांचा जयजयकार असो. महाराज आजचं आपलं हजामतीवरचं भाषण फारच उत्तम झालं.
महाराज	:	उत्तम नव्हे, उत्कृष्ट! उत्कृष्ट!
प्रधानजी	:	यस्, उत्कृष्ट!
पहिला	:	होणारच! नाहीतरी आज आपल्या राष्ट्राला या गोष्टीचीच अत्यंत गरज आहे. महाराजांनी हेच सांगितलं असणार. मी नक्की सांगतो.
महाराज	:	अगदी बरोबर. आम्ही या विषयाचे दोन भाग पाडले. हजामतीपूर्वीची गंभीर परिस्थिती आणि हजामतीनंतर होणारी उत्फुल्ल मनस्थिती... ते असो. आधीच उशीर झाला आहे. तेव्हा आपण दरबार सुरू करू. प्रधानजी, राज्याची हालहवाल कशी आहे?
प्रधानजी	:	फार छान आहे महाराज. श्रीमंत लोक सुखानं नांदत आहेत. गोरगरीब भरपूर कष्ट करीत आहेत. व्यापारी मंडळींना भरपूर पैसा मिळत आहे. पुढारी

लोक जोरजोरानं भाषण करीत आहेत. सर्व काही आबादीआबाद आहे. (महाराज दर वाक्याला 'छान' म्हणून मान हलवतात... शेवटी 'उत्कृष्ट' म्हणून समारोप करतात.)

महाराज : बरं, राज्यात शांतता कशी काय आहे?

प्रधानजी : शांतता काय! भयंकर शांतता आहे महाराज. आता दालचिनी राष्ट्राचे सैनिक सीमेवर थोडी गडबड करीत आहेत. त्यांनी आपली हजार-दोन हजार माणसंसुद्धा मारली. शेपाचशे गाढवं पळविली. ऊंः! पण त्यांचं काम पूर्ण झाल्यावर त्यांना परत जायला सांगितलं आहे. एवढा किरकोळ प्रकार सोडल्यास सर्वत्र शांतता आहे.

पहिला : परवाच एक भूकंप झाला. त्यात चार-दोन गावं भुईसपाट झाली. एकशे तेरा माणसं कैलासास श्रींच्या दर्शनासाठी गेली. पण बाकी सर्वत्र...

सर्वजण : (एकसुरात)... शांतता आहे.

महाराज : उत्कृष्ट! बरं, उत्तर भागात काय हालहवाल आहे?

दुसरा : उत्तरेत कसला तरी दुष्काळ पडलाय म्हणतात. म्हातारे-कोतारे, बायाबापड्या आणि पोरंठेरं बरीच खलास झाली. बाकी सर्वत्र–

सर्वजण : (एका सुरात)... शांतता आहे...

तिसरा : परवाच दक्षिणेकडं नदीनाल्यांना मोठ्ठा पूर आला. दोनशे माणसं बेपत्ता झाली. पण आपलं कौशल्य असं की, सगळ्याच्या सगळ्या मुडद्यांचा पत्ता लागला. एवढी घटना सोडली तर बाकी सर्वत्र–

सर्वजण : (एका सुरात)– शांतता आहे.

महाराज : (मोठ्याने) उत्कृष्ट! प्रधानजी, राज्यातील हा चोख कारभार पाहून आमचं हृदय कसं आनंदानं भरून आलंय. आमची काळजी मिटली. तर मग आता आम्ही मृगयेला जातो. बऱ्याच वर्षांत आम्ही 'व्हाग' मारलेला नाही.

पहिला : किती वर्षं झाली महाराज आपण व्हाग मारला त्याला! अहाहा!... मला तो प्रसंग अजून आठवतो. महाराजांनी तलवारीनं 'व्हाग' मारला... (भावपूर्णतेने) अशीच... संध्याकाळची वेळ होती. वडाच्या झाडाच्या आडोशाला व्हाग उभा होता. महाराज गाढवावरून– (जीभ चावून) आपलं घोड्यावरून खाली उतरले... त्यांनी म्यानातून एकदम वस्तरा... नाही, तलवार बाहेर काढली. मग लपत छपत... हळू ऽ ऽ ऽच (दुसऱ्याला) काय?...

दुसरा : ...होय.

पहिला : वाळल्या पाचोळ्यावर पाय न देता– काय?

तिसरा : हळूच–

पहिला : हां, हळूच. ... लपत छपत...लपत छपत...महाराज एकदम व्हागाच्या मागच्या बाजूला गेले. तलवार अशी वर केली. (तलवार एकदम उगारतो. ती शेजाऱ्याला लागते. तो... 'अहाहा' म्हणून ओरडतो) आणि मग?... मग?... (त्वेषाने) असा– सप्कन घाव घातला की, वाघाची शेपटीच तोडली. शेपूट घेऊन– काय समजलं?– शेपूट घेऊन महाराज परत आले. (सगळीकडे रुबाबात पहातो.)

सर्वजण : ...वा वा! धन्य धन्य महाराज!

दुसरा : पण महाराज... तोडून तोडायचं तर शेपूट का तोडलंत? मुंडकं का नाही तोडलंत?

महाराज : तोडलं असतं... पण काय करावं! नाइलाज झाला.

तिसरा : का, का? काय झालं?

महाराज : ते आधीच कुणीतरी तोडलेलं होतं.

सर्वजण : ...वा वा! वा, धन्य धन्य महाराज!

प्रधानजी : महाराज, आज आपल्या मनोरंजनाप्रीत्यर्थ एक गवईबुवा आलेले आहेत. आपण त्यांचं गाणं ऐकावं अशी त्यांची फार इच्छा आहे.

महाराज : असं? काय, नाव काय त्यांचं?

प्रधानजी : 'गानसेन' महाराज. फार फार प्रसिद्ध म्हणजे अगदी वेल् नोन् गवई आहेत महाराज ते.

महाराज : (कपाळाला आठ्या घालून)– 'घाणशेण'? हॅ:! हा कसला वेल नोन् मनुक्ष. आपल्याला नाही आवडलं नाव हे. हॅट्!

प्रधानजी : 'घाणशेण' नव्हे महाराज. गा-न-से-न.

महाराज : गानसेन? ओहो! उत्कृष्ट! बोलवा बोलवा त्यांना– कुठाहेत ते?

प्रधानजी : पलीकडच्याच दालनात तंबोरा जुळवीत बसलेत महाराज.

महाराज : आम्हाला न विचारता? काय जुळवायचं ते आमच्या समोर जुळवा म्हणावं. आणखीन् काय काय आहे?

प्रधानजी : तबला आहे. पेटी आहे–

महाराज : असं? काहो प्रधानजी, तुमच्या ह्या गवईबुवांना पेटीवर तबला वाजवायला येईल का? नाहीतर असं करा, तबल्यावर पेटी वाजवा म्हणावं.

प्रधानजी : तसं कसं होईल महाराज? तबला, पेटी ही वेगवेगळी हत्यारं आहेत महाराज.

महाराज : असं? मग बोलवा त्यांना. (गवईबुवा येतात.)– या गवईबुवा. काय तुमचं नाव? 'घाणशेण' नाही का?

गवई : 'घाणशेण' नाही महाराज– गानसेन.

महाराज : हो हो! उत्कृष्ट! बरं आज तुम्ही काय वाजवता?

गवई : वाजवणार नाही महाराज, गाणार आहे.

महाराज : म्हणा म्हणा!– असं गाणं म्हणा, की सगळ्यांची नाकं अन् डोळे तृप्त झाले पाहिजेत अन् तोंडाला एकदम पाणी सुटलं पाहिजे.

गवई : आज्ञा महाराज.

(गवईबुवा गाणे म्हणण्यासाठी पवित्रा घेतात. खाकरून खोकरून एक शास्त्रोक्त चीज म्हणतात. ...*'सुंदरी मोरी खा'* हे गाणे चालू असताना समेवर

मानकरी साथ देतात... सर्वांच्या माना संतोषाने हलतात.)

महाराज : (संतोषाने) उत्कृष्ट! वा! गवईबुवा काय चीज आहे! वा वा! 'सुंदरी पुरी खा' ...प्रधानजी, आज राजवाड्यात पुऱ्याच करायला सांगा... म्हणजे आम्ही राणीसाहेबांना समक्ष देऊ. (भसाड्या आवाजात) 'सुंदरी पुरी खा'–

प्रधानजी : आज्ञा महाराज. मी पण थोड्या पुऱ्या घरी नेईन म्हणतो.

महाराज : वा वा! गवईबुवा, तुमचं गाणं ऐकून आमच्या तोंडाला खरोखरीच पाणी सुटलं. बोला, आपल्याला काय बक्षीस देऊ? दागदागिने... हत्तीघोडा...

दासदासी–

गवईबुवा : (हात जोडून) काही नको महाराज.

महाराज : नको? बरं, तुमचं शिक्षण फार झालेलं नाही ना?

गवई : नाही महाराज. फक्त लिहायवाचायला येतं.

महाराज : मग मिनिस्टर होता आमचे?

गवई : (गयावया करून) नको नको महाराज, मिनिस्टर नको. मला भाषणं ठोकायची अजिबात प्रॅक्टीस नाही.

महाराज : मग बोला, काय पाहिजे? राज्यपाल होता?

गवई : छ्या छ्या! महाराज, मला रिकामं बसायची अजिबात सवय नाही.

महाराज : मग काय पाहिजे?

गवई : काही नको महाराज.

महाराज : काही नको? ठीक आहे. प्रधानजी, यांना काही देऊ नका.

प्रधानजी : आज्ञा महाराज.

गवई : एकच इच्छा आहे महाराज. बोलू?

महाराज : बोला बोला. जी इच्छा असेल ती पूर्ण करू.

गवई : संगीतकलेला सध्या फार वाईट दिवस आलेत सरकार. तिला कुणी विचारीत नाही.

महाराज : असं? हे आम्हाला नव्हतं माहीत.

गवई : सध्या संगीताला काही प्रतिष्ठाच राहिलेली नाही.

महाराज : अरे अरे अरे!–

गवई : तेव्हा विनंती एवढीच की– संगीताची प्रतिष्ठा ज्यामुळे वाढेल असं काहीतरी आपल्या राज्यात घडू द्या महाराज. बस्स! एवढीच विनंती आहे.

महाराज : उत्कृष्ट! गवईबुवा, तुमचं ध्येय फार उदात्त आहे. तुम्ही एवढं म्हणताच आहात तर संगीताची प्रतिष्ठा या राज्यात वाढवून टाकू. प्रधानजी, आमच्या डोक्यात एक सुंदर आयडियाची कल्पना आलेली आहे. आत्ताच्या आत्ता जाहीर करा. दवंडी पिटवा

की उद्यापासून - उद्या - पासून... या राज्यात... सर्व नागरिकांनी... गद्यात बोलणं बंद. सर्वांनी संगीतात बोलावं. संगीत गावं. जो कोणी गद्य बोलताना आढळेल त्याला प्रथम हत्तीच्या पायाखाली द्या. नंतर त्याचा कडेलोट करून शेवटी तोफेच्या तोंडी द्या आणि मग, पुन: अशी गोष्ट करणार नाही असं त्याच्याकडून लिहून घ्या.

प्रधानजी : आज्ञा महाराज... आत्ताच दवंडीवाल्याला सांगतो.

□

(रंगमंचावर अंधार आहे. सभा बरखास्त झालेली आहे आणि आता दवंडीवाल्याची दवंडी ऐकू येत आहे. थोडा वेळ डफ वाजल्यावर मग दवंडीवाला संगीतामध्ये घोषणा देतो... सुरात म्हणतो)

दवंडीवाला : *ऐका हो, तुम्ही ऐका, ऐका हो तुम्ही ऐकाऽऽ–*
समस्त पौरजन आणि बायका
आजपासुनी सर्व बोलणे
व्हावे केवळ निव्वळ गाणे
केवळ गाणे आणि तराणे... ऐका हो तुम्ही ऐका.
राजाज्ञा ही मोडिल जो कुणी
मिळे न प्याया साधे पाणी
चढे सुळावर तो तो तत्क्षणी... ऐका हो तुम्ही ऐका.
(दवंडीवाला जातो... त्यापाठोपाठ सारखा पोषाख असलेले आणि हातात भाले घेतलेले दोन राजदूत घाईघाईने प्रवेश करतात आणि दमदाटी देत पलीकडे जातात. पुन्हा प्रवेशतात. इकडे तिकडे हिंडतात...)

दोन्ही राजदूत : (चालीवर)– *गद्य कोण बोलतो?...*
त्यास मी पकडतो
अन् सुळावरी चढवितो

पहिला राजदूत : (हसत) हा हा हा! बाकी मजा आहे हं एकूण!

जिकडं बघावं तिकडं लोक गाताहेत नुसते.

दुसरा राजदूत: शू:! हळू बोल. कुणी ऐकलं तर? गद्य बोलायची परवानगी नाही. ठाऊक नाही का?

पहिला : इथं कोण ऐकतो रे? सकाळपासून गाण्यात ओरडून-ओरडून कंटाळा आलाय. अन् जिकडं बघावं तिकडं लोकही ओरडताहेत नुसते. कटकटच आहे. सकाळपासून पहातोय, असे भसाड्या आवाजात बोंबलताहेत लोक– अरारारा... ऐकवत नाही अगदी!

दुसरा : मी तर कानांत कापसाचे बोळेच घातलेत. ऐकतो कोण या गाढवांचं खिंकाळणं!

पहिला : अरे पण गद्ध्या, कोण गद्यात बोलतो त्याला पकडायचं काम आहे ना आपल्याकडं. कापसाचा बोळा कानात घालून कसं चालेल?

दुसरा : मग असं करायचं का?

पहिला : कसं?

दुसरा : ह्या बोळ्याला आपण एक बाऽरीक भोक पाडू. म्हणजे कामापुरतं ऐकू येईल.

पहिला : छट्! मग बारीकसारीक बोलणं, घरातली कुजबूज

हे सगळं कसं ऐकू येईल?

दुसरा : हो, तेही खरंच. हे पाहा काढले. (कानातले बोळे काढतो.)

पहिला : बाकी मजा आहे हं. जिकडं पहावं तिकडं गाणं ऐकू येतंय नुसतं.

दुसरा : शू:! बोलणं बंद– (लांबवर न्याहाळीत) ते पाहा. दोन भटजी इकडंच येत आहेत. ते काय करताहेत जरा पाहू या (बाजूला उभे राहतात.)

(बगंभट आणि भिकंभट दोघेही घाईघाईने एकमेकांशी बोलत प्रवेश करतात)

बगंभट : (नाकात) मी ताड्दिशी महाराजांना सांगितलं की, हे फ्याड पुरे हो! महाराजसुद्धा असे घाबरले की काही विचारू नकोस.

भिकंभट : हो, मी ऐकले खरे! बाकी बगंभट, तुमच्या विद्वत्तेला महाराज टरकतात हो!

बगंभट : अन् नुसती विद्वत्ता नाही भिकंभट. आम्ही निस्पृह ना पहिल्यापासून! म्हटले, हे संगीताचे नळकांडे घाल हो चुलीत. आपल्यापाशी नाही चालायचे. आपल्या तीर्थरूपास तरी कधी संगीतातला ओ का ठो कळतो का?

भिकंभट : भली खोड जिरवलीत हो बगंभट.

बगंभट : आपल्याला भय कसे ते ठाऊकच नाही–

दोन्ही दूत : (पुढे येऊन गरजतात) *गद्य कोण बोलतो?*
त्यास मी पकडतो
अन् सुळावरी चढवतो
(दोघेही भटजी थरथर कापतात)

पहिला : (सुरात) *काय बगंभट, कसे आहे?*

बगंभट : (लटलटत) *बरे आहे.*

दुसरा : *काय भिकंभट– कसे आहे?*

भिकंभट : (लटपटत)... *आमचं पण... बरे आहे.*

पहिला	:	*गद्य तुम्ही बोलता– रस्त्याने चालता*
		आता खा लाथा– (पाय उगारतो)
बगंभट	:	*चुकलो महाराज– घ्या ही चिरीमिरी*
		ठेवा वरच्यावरी – जाऊ द्याना घरी
भिकंभट	:	*हरी हरी–*
दुसरा	:	*मेला तरी काखा वरी?*
भिकंभट	:	*आता नको मारामारी– (चिरीमिरी राजदूतांच्या*
		खिशात घालतो.)
पहिला	:	*बोलशील का गद्य पुन्हा?*
दोघे भट	:	*नाही, नाही– बोलणार नाही.*
दुसरा	:	*चल हकल गाडी. पळा पळा पळा.*
		(दोघे पळत जातात. त्यांच्याकडे बघून दोघेही दूत
		मनमुराद हसतात.)
दुसरा	:	अरे, हसणंसुद्धा जरा गाण्यांत असलेलं बरं.
		(जुगलबंदीच्या पद्धतीने दोघेही गाण्याच्या सुरात
		हसतात.)
पहिला	:	मेलो बुवा हसून हसून... आपलं तर पोट दुखायला
		लागलं
दुसरा	:	माझ्या डोळ्यातनं तर पाणी येतंय. छ्या!
		महाराजांच्या या आज्ञेनं काय कहर उडवून दिलाय
		रे? जिकडं बघतोय तिकडं सरळ काही कुणी
		बोलतच नाही. जो तो गातोय. काय धाक आहे
		महाराजांचा! महाराजांची आज्ञा बाहेर तरी मोडायची
		काही प्राज्ञा नाही. आता घरातल्या घरात काय
		चाललं असेल ते निराळं.
पहिला	:	घरात? घरात सुद्धा तेच. मी ऐकतोय ना. तुला
		गंमत बघायचीय?
दुसरा	:	हो. कुठे जायचं?
पहिला	:	हे– हे घर दिसतंय का? हळूच चोरून बघू या.
		म्हणजे सगळं छान ऐकू येईल.
दुसरा	:	कुठून खिडकीतून बघायचं? का आपलं मोरीच्या

भोकातून बघायचं?

पहिला : तिकडं कशाला? सरळ दारातनं बघ की. बघितलंस? ते बघ नवराबायको. आलेच बघ– काहीतरी बाचाबाची सुरूच आहे. आधी एकदा आरोळी ठोकू, म्हणजे जमतंय सगळं पुढचं– (सुरात गातात)

गद्य कोण बोलतो
त्यास मी पकडतो,
अन् सुळावरी चढवितो ऽ ऽ ऽ
(दोघेही बाजूला उभे राहतात.)

(नवराबायको प्रवेशतात. नवऱ्याचा चेहरा त्रासिक दिसतो. बायको जरा मागून येऊन सुरात म्हणते.)

बायको : *अहो, ऐकलं का?*

नवरा : *काय आहे?*

ती : *अहो, ऐकलं का?* (तार स्वरात) *अहो. ऐकलं का?*

तो : *अगं, काय कटकट आहे?*

ती : *तेल संपलं.*

तो : *छान जाहलं.*

ती : *तूप संपलं.*

तो : *उत्तम जाहलं.*

ती : *मीठ पण संपलं.*

तो : *फारच छान झालं.*

ती : (वेडावत) *फॅरच छॅन झ्यालं! हं:!* (ठसक्यात)
तेल संपलं, तूप संपलं, मीठ संपलं.
स्वैपाक आता मी करू कशाचा?
घालू तुमच्या डोंबलावर काय?

तो : (ओरडून) – *आई ऽ ऽ माझे आई! नकोस खिंकाळू*
हा चाललो मी बाजाराला
आणितो हवा तो माल तुला

ती : (पिशवी देत) *अन् येताना शेर दोन शेर,*
तुम्ही वांगी आणा छान सुरेख. (जाते)

तो : *आणितो मी आणितो.*
छान वांगी आणितो. (मनाशी गुणगुणत)
– तेल, तूप, मीठ, वांगी
आणखी ती काय सांगी?
(स्वत:शीच विचार करीत हळूहळू जातो. दोघे दूत पुढे येतात.)

दुसरा : (हसत) हा: हा:! काय मजा आहे! (नवऱ्याची नक्कल करीत गातो)
आणितो मी आणितो
छान वांगी आणितो.

पहिला : (बायकोची नक्कल करीत गातो)
अन् येताना शेर दोन शेर,
तुम्ही वांगी आणा छान सुरेख
(दोघेही हसतात.)

पहिला : हे नवरोजी गेले की बाजारात. ह्यांच्या पाठीमागं जायचं का?

दुसरा : कशाला?

पहिला : अरे, बाजार म्हणजे तर सध्या गाण्याची बडी मैफल आहे मैफल. देणीघेणी, खरेदी-विक्री, रोख-उधार सगळं गाण्यात. तिथं काय काय ऐकू येतंय माहीत आहे?

दुसरा : काय?

पहिला : (निरनिराळे आवाज काढतो. फेरीवाला, भाजीवाली इत्यादींच्या नकला करतो)

कल्हई लावा कल्हई ऽऽ –
कोईबी चीज उठाव बे बे आनेमे ऽ ऽ
सस्ती लावलीय गवार ऽ ऽ
कांदा, मुळा भाजी –

दुसरा : असं? तर मग ह्या नवरोजींचा संवाद ऐकण्यासारखा होईल. चला, चला–

'गद्य कोण बोलतो'... (म्हणत दोघेही जातात)

□

(रंगमंचावर अंधारातून वेगवेगळे आवाज ऐकू येतात. सर्व आवाज बाजारातील आहेत. नवरा प्रवेश करतो. दुकानदाराला हाक मारतो.

नवरा : (गात) *दुकानदारवाले, अहो तुम्ही दुकानदारवाले*
अन् मीठ कसे हो दिले?

दुकानदार : (गात) *रुपयास चार शेर! रावसाहेब, रुपयास चार शेर.*

नवरा : *द्या तर मजला दोनच शेर*
नाहीना काही कचरा केर?–
द्यातर मग दोन शेर.

दुकानदार : *माल आमुचा पांढराफेक–*
मीठ पाहा हे स्वच्छ सुरेख.

नवरा : *अन् तेल कसे हो दिले?*

दुकानदार : *रुपये चार पडतील, लिटरला रुपये चार पडतील.*

नवरा : *द्या तर मग ते एक लिटर*
नको बाकीचे सटरफटर.

दुकानदार : *बिल जाहले साडेचार– बील जाहले साडेचार.*

नवरा : *तर मग बाकी नाही फार*
मांडून ठेवा आज उधार.

दुकानदार : (खवळून)–
नाही नाही, नाही नाही, नाही चालणार
आज रोख अन् उद्या उधार

नवरा : (चिडून) *चालणार नाही कशी? डॅम्बीस माणूस ऽऽ*

दुकानदार : *डॅम्बीस कुणाला म्हणतोस?... हलकट.*

नवरा : *मर्कट.*

दुकानदार : *पाजी.*

नवरा : *लुच्चा.*
(दोघेही गुद्दागुद्दीवर येतात)

दोघे दूत : (धावत)...
भांडू नका, भांडू नका, भांडू नका
प्राणास बाबांनो मुकाल फुका

नवरा : *भांडतो हा भांडतो*
उधारी नच मांडतो

दुकानदार : *नाही नाही, नाही नाही काही चालणार*
आज रोख अन् उद्या उधार

दोघे दूत : (श्लोकाच्या चालीवर) *नसे भांडण्यात या काहीच अर्थ–*

सगळे : *जय जय रघुवीर समर्थ*
(दुकानदार व नवरा दोघेही अद्वातद्वा बोलत दोन दिशेने जातात)

दोघे दूत : (मघाची नक्कल करीत) *डॅम्बीस*

दुसरा : हलकट–

पहिला : (तार स्वरात) *पाजी*

दुसरा : (खर्जात) *लुच्चा.*
(दोघेही हसतात.)

पहिला : छे छे! आता मात्र अगदी पोट दुखायला लागलं. कहर आहे. पुरे झालं बुवा. आता आणखीन् जरा

हिंडलो ना तर डोकं फिरून जाईल. हे असं आणखी चार दिवस ऐकलं तर तंबोऱ्याचा भोपळाच काय, भोपळ्याची भाजी खाणं देखील बंद आपलं.

दुसरा : पण काय रे, इथं हा एवढा प्रकार, तर राजवाड्यात काय चाललं असेल?

पहिला : राजवाड्यात? तिथं तर नुसता दंगा उसळलाय. इथं साधं गाणं तरी चालतंय. तिथं शास्त्रोक्त संगीताशिवाय बात नाही. अष्टौप्रहर आ ऽ ऽ ऊ ऽ ऽ, आ ऽ ऽ ऊ ऽ ऽ

दुसरा : असं? मग पाहिलीच पाहिजे गंमत. चल, जायचं का तिकडं

पहिला : चल पाहिजे असेल तर– (दोघेही जातात)

❑

(रंगमंचावर अंधार होतो. शिंग वाजते. महाराजांचा गाण्यातून जयजयकार चाललेला ऐकू येतो–

'महाराज, उठून लवकरी तोंड धुवावे – बाहेर यावे आज' त्यानंतर रंगमंच प्रकाशतो. प्रतिहारी नाचत आणि गात गात येतो–
'आस्ते कदम महाराज ऽ... आस्ते कदम महाराज')

महाराज : (प्रवेश करून शास्त्रोक्त पद्धतीने गात) *आलो आलो मी. प्रिया कुठे माझी?*

महाराणी : (प्रवेश करून) *ही इथे महाराज मी–*
ही इथे महाराज मी.

महाराज : (तिच्याकडे बघत हसतात. मग टक लावून करड्या आवाजात) *आज तुझे तोंड– सुकले कशाने?*

राणी : *या पडशाने मला गांजियले– बाई बाई गांजियले...* (गाता गाता तिला एकदम फटाफट शिंका येतात. मग महाराजांनाही शिंका येतात. दोघेही शिंकतात.)

महाराज : *वैद्यराज कुठे मेले?*
बोलवा झडकरी.

प्रतिहारी : *आज्ञा महाराज*
(तो जातो आणि एवढ्या दुसऱ्या दिशेने दुसरा सेवक पळत येतो... आतून आरडाओरडाही ऐकू

येतो...)

सेवक : (गात)– *महाराज... महाराज... महा ऽ ऽ ऽ ऽ राज.*

महाराज : *अरे, काय झाले?*

सेवक : (कानावर एक हात ठेवून भैरवीच्या सुरात ताना घेतो)– *महाराज...*

महाराज : *अरे काय झाले? बोल लवकरी.*

सेवक : *महाराज ऽ ऽ ऽ ऽ ऽ ऽ*

(भैरवी चालूच राहते. एवढा एकच शब्द तो बऱ्याच वेळा म्हणतो व राजवाड्यासंबंधी बोटे दाखवून सांगतो.)

महाराज : (दर वेळा) *होय होय, काय झाले?*

सेवक : *महाराज... महाराज... महाराज...*

महाराज : *अरे बोल गद्ध्या... बोऽल ना गद्ध्या....*

सेवक : *काय सांगू महाराज...*

आपुला प्रिय राजवाडा–

महाराज : *समजले, बोल गद्ध्या पुढे*

सेवक : (गाणे चालूच आहे) *राजवाऽऽऽडा... राऽऽऽऽजवाडा*

महाराज : *आता बोलतोस, का शीर छाटू तुझे?*

सेवक : *महाराज, अऽ ऽऽऽऽप... लाऽऽऽ*

महाराज : (गद्यात) खड्ड्यात गेला महाराज. बोल, पुढं काय झाले?

सेवक : *अपुलाऽऽऽ आऽऽऽ प्रिय राजवाडा... महाराज प्रिय राजवाडा... महाराज अपुला ऽऽ...*

महाराज : अरेच्या! आता बोलतोस धड का दोन तुकडे करू तुझे? कोण आहे रे तिकडे?

दुसरा : (धावत येतो. गात) *महाराऽऽऽऽज...*

महाराज : (ओरडून) अरे, गप... (पहिल्यास) काय रे?

सेवक : (गात) *महाराज... अपुला प्रिय राजवाडा.*
जळुनी खाक झाला...
झाला, जळुनी खाक झाला.

महाराज : (एकदम घाबरून) आँ! अरे, धावा धावा! माझा राजवाडा कुणीतरी वाचवा. प्रधानजी कुठं आहेत? का तेही जळून मेले?

सेवक : (गात) *महाराज, प्रधानजीऽऽऽ*

महाराज : अरे गप् म्हणतो ना! त्याच्या नरड्यात पहार कोंबा रे कुणी तरी! मूर्ख मनुष्य– (प्रधानजी व दरबारी येतात.)

महाराज : प्रधानजी... प्रधानजी–

प्रधानजी : (हात जोडून गात) *जयजयकार महाराज.*

महाराज : अरे बंद करा म्हणतो ना– काय लावलंय काय तुम्ही? सरळ नीट गद्यात बोलताच येत नाही की काय कुणाला?

प्रधानजी : (गद्यात) नाही पण महाराज, आपलीच आज्ञा...

महाराज : आज्ञा गेली चुलीत. आधी तो राजवाडा वाचवा. माझं मौल्यवान सामान आहे तिथं. पळा पळा लवकर.

प्रधान : (हात जोडून) घाबरू नका महाराज. राजवाड्याला आग लागली होती ही गोष्ट खरी आहे, पण

आपल्या शूर सैनिकांनी ती विझवली असून, सर्व काही सुरक्षित आहे.

राणी : (टाळ्या वाजवीत गात) आनंद हो... ऽऽ सकाळी

राजा : (ओरडून) अरेच्या!... (त्या गप्प होतात) वा वा! प्रधानजी, तुमची ही कामगिरी फारच मोलाची आहे. पण का हो, आग लागल्यानंतर मग ती तुम्ही विझवली. का आधी तुम्ही पाणी ओतलंत आणि मग आग लागली?

एक सरदार : नाही महाराज. आग आधी लागली. मग आपल्या सैनिकांनी पाणी ओतलं.

महाराज : वा वा! उत्कृष्ट! प्रधानजी, तुम्ही मंडळी होता म्हणून बरं झालं. नाही तर ह्या संगीताच्या नादापायी आमचा राजवाडा खलास झाला असता.

प्रधानजी : तेच म्हणतो महाराज. आपल्या या ऑर्डरमुळंच सर्व काही घोटाळा झाला.

महाराज : आम्हाला वाटलं संगीताची प्रतिष्ठा वाढवावी. पण त्याऐवजी प्रचंड घोटाळा मात्र झाला.

प्रधानजी : 'अति सर्वत्र वर्जयेत्' असं म्हटलंच आहे महाराज.

महाराज : उत्कृष्ट! कुणी म्हटलेलं आहे हो हे? आम्हीच तर म्हटलेलं नाही ना? कारण फारच सुंदर आहे म्हणून विचारतो.

प्रधानजी : नाही महाराज. सुभाषितकारांनीच म्हटलेलं आहे.

महाराज : ते कुठं राहतात? त्यांना बोलावून आणून बक्षीस द्या. राज्यात सर्वत्र दवंडी पिटवा. सर्वांना सांगा... 'हत्ती सर्वत्र' पुढं काय?

प्रधानजी : 'वर्जयेत्' – पण हत्ती नाही महाराज, 'अति'.

महाराज : तेच ते, काय असेल ते. सांगा लोकांना... म्हणावं नेहमीसारखं गद्यात बोला. संगीत बंद. आम्ही आता विश्रांतीसाठी जातो– (जाऊ लागतात.)

सर्व : (सवयीमुळे गातगातच) *जयजयकार... ...*

महाराज : (संतापून) आं? अरेच्या– (सर्वजण ओशाळून

हसतात. महाराज जातात.)

प्रतिहारी : (गद्यात) महाराजांचा जयजयकार असो...
महाराजांचा जयजयकार असो... महाराजांचा
जयजयकार असो.

(पडदा पडतो)

www.ingramcontent.com/pod-product-compliance
Lightning Source LLC
Chambersburg PA
CBHW071318200626
46813CB00015B/2267
* 9 7 8 8 1 8 4 9 8 2 2 1 3 *